ከማክዳ አርሺ

እንዳለሁ አበራለሁ!

የግጥም ቅንብር፡ ታገል ሰይፉ
ሰዓሊ፡ሲዳንት ጁምዴ

አዕምሮአቸው እኛ ከምንረዳበት መንገድ በተለየ መልኩ አለማቸንን ሳበራ ኦቲስቲክ ልጆች ፤
ሳይጸክሙና ሳይታክቱ ፍቅር እየሰጡ መስዋዕትነት እየከፈሉ ከልጆቻቸው ጎን ለቆሙ
ወላጆች፤ ትዕግስት ጸግነት እና ፍቅራቸው ትልቅ ድጋፍ ለሆነው እህት ወንድሞች እና
ጓደኞች፤ የጥንካሬ ምንጭ የሚሆን እንክብካቤ ለሚሰጡ ጸጋፊዎች እና መምህራኖች።

ይህ መጽሃፍ ለእናንተ የተበረከተ ነው፡፡
የተሻለ ዐለም ለመፍጠር ለስምትጥረ እጅግ አድርጌ አመሰግናለሁ።

Published in association with
Bear With Us Productions

ISBN: 979-8-9870882-4-1

www.justbearwithus.com

ከማክዳ አርሺ

እንደለሁ አበራለሁ!

የግጥም ቅንብር፡ ታገል ሰይፉ
ሰዓሊ፡ሲዳንት ጁምዴ

ሰላም! አደም እባላለሁ።
ስሜን በእያንዳንዱ ገጽ ላታነቡ ትችላላችሁ። ነገር ግን ይህ ታሪክ ስለ እኔ ነው::
እያንዳንዱ ክስተት በማንነቴ ላይ ከህጻንነቴ ጀምሮ እስከ አሁን ድረስ ተጽዕኖ አሳድሯል።
አሁን እያደግኩ አለምን እየተረዳሁ በማንነቴ እያንጸባረቅሁ ነው።
ይህ ታሪክ የኔ ብቻ አይደለም። እኔ በቂ ነኝ? መንገዴን አገኝ ይሆን? መኖሬ ለውጥ
ያመጣ ይሆን? ብለው ለሚያስቡ ሁሉ ነው:: ውስጣችን ያለውን ብርሃን እስክንረዳው ጊዜ
ያስፈልገናል። የኔን ብርሃን እንዴት እንዳገኘሁ ይህ መጽሃፍ በደንብ ያስረዳችኋል።
አንብባችሁ ስትጨርሱ በኔ የህይውት ጉዞ ውስጥ የራሳችሁን እንደምታገኙና እንደኔ
እንዳላችሁ እንደምታበሩ ተስፋ አለኝ።

ወንድሞቼ ስሙኝ - እህቶቼ አድምጡኝ፥
ውድ ጓደኞቼም - ጆሯችሁን ስጡኝ።

ከእማማ ሆድ ሳለሁ - ከዘጠኝ ወር ቤቴ፥
እንዲህ ሲሉ ሰማሁ - እናትና አባቴ፥ “...
አለን መልካም ዜና - በጣም ደስ ብሎናል፥
ሊመጣ ነው ህጻን - ዳግመኛ አርግዘናል!!”

የመምጣቴ ዜና - እንደተነገረ፥
መላው ቤተሰቤ - በደስታ ጨፈረ።
ከእናቴ ማህጸን - ወጥቼ እስክመጣም፥
ከእኔ ጋር መጫወት - ናፈቃችሁ በጣም።

እስክንገናኝም - በጣም ቸኮላችሁ፥
ልብሴን ፥ መተኛዬን - ጡጦዬን ገዛችሁ፥
ሁሉም ተዘጋጀ – ምንም አልቀራችሁ።

በስተመጨረሻ - ያቺ ቀን ስትመጣ፥
እማዬ ወለደችኝ - እስኪያማት አምጣ።

ቤተሰቡም ያኔ – ህመሟን አውቆላት፥
“አይዞሽ በርቺ!” እያላት – “ብይ! ጠጪ!” እያላት፥
እማዬን ደገፈ - እማዬን አገዘ፥
ከዚህ ዓለም መጣሁ - ሁሉም ፈነጠዘ።

የወላጆቼን ደስታ - አይገልጸውም ቃላት፥
እኔን ልጇን ስታይ – እናቴ ደስ አላት።
አቅፋ ስትስመኝ - በርህራሄ መንፈስ፥
የደስታ ዕንባ ከዓይኗ - ተመለከትኩ ሲፈስ ...

እንዲህ ስትሆኑልኝ - በጣም ገባኝ እኔን፥
እንዳለሁኝ ሆኜ ተወዳጅ መሆኔን።

ይፈልጋል መቼም – ህጻን ብዙ ነገር፤
በማጠብ በማብላት – ዳይፐር በመቀየር፤
ወላጆቼ ለእኔ – ብዙ ይደክሙ ነበር።

አንዳንዴ ዕንቅልፍ የለም – ብሄድም ወደ አልጋ፥
ስወራጩ ፥ ሳለቅስ – ለሊቱ እስኪነጋ፥
ታባብለኝ ነበር - እናቴ እቅፍ አርጋ።

ይህ ሁሉ መራራት - የልቧን ነገረኝ ፥
እንዳለሁኝ ሆኜም – እንደምታፈቅረኝ።

ከዛ መዳህ ጀመርኩ – እግሬም ጠነከረ፥
የእድገቴም ምልክት - መታየት ጀመረ።
እማዬም ፥ አባዬም – ቤተሰቤም ጭምር፥
እጅግ ተደሰቱ – መራመድ ስጀምር።

ብቻ ዓመት አልፎ - ሌላ ዓመት ሲተካ፤
በዕድሜዬ ልክ ሳላድግ - ዘግይቻለሁ ለካ።
በማውሪያው ዕድሜዬ - አፌ ተሳሰረ፤
"አባ! እማ!" ማለት - በጣም ተቸገረ።

የሰዎችን ዓይን - ተቸገርኩ ለማየት፤
በቤተሰቤም ላይ - ተፈጠረ ጭንቀት።
እማ ግራ ገባት - ደጋግማም ጠየቀች፤
"ልጄ ምን ሆነብኝ?" - ብላ ተጨነቀች።

ማንም ሲያናግረኝ - ያለኝ አንድ ምርጫ፥
ዓይኖቼን ማዞር ነው - ወደ ሌላ አቅጣጫ።

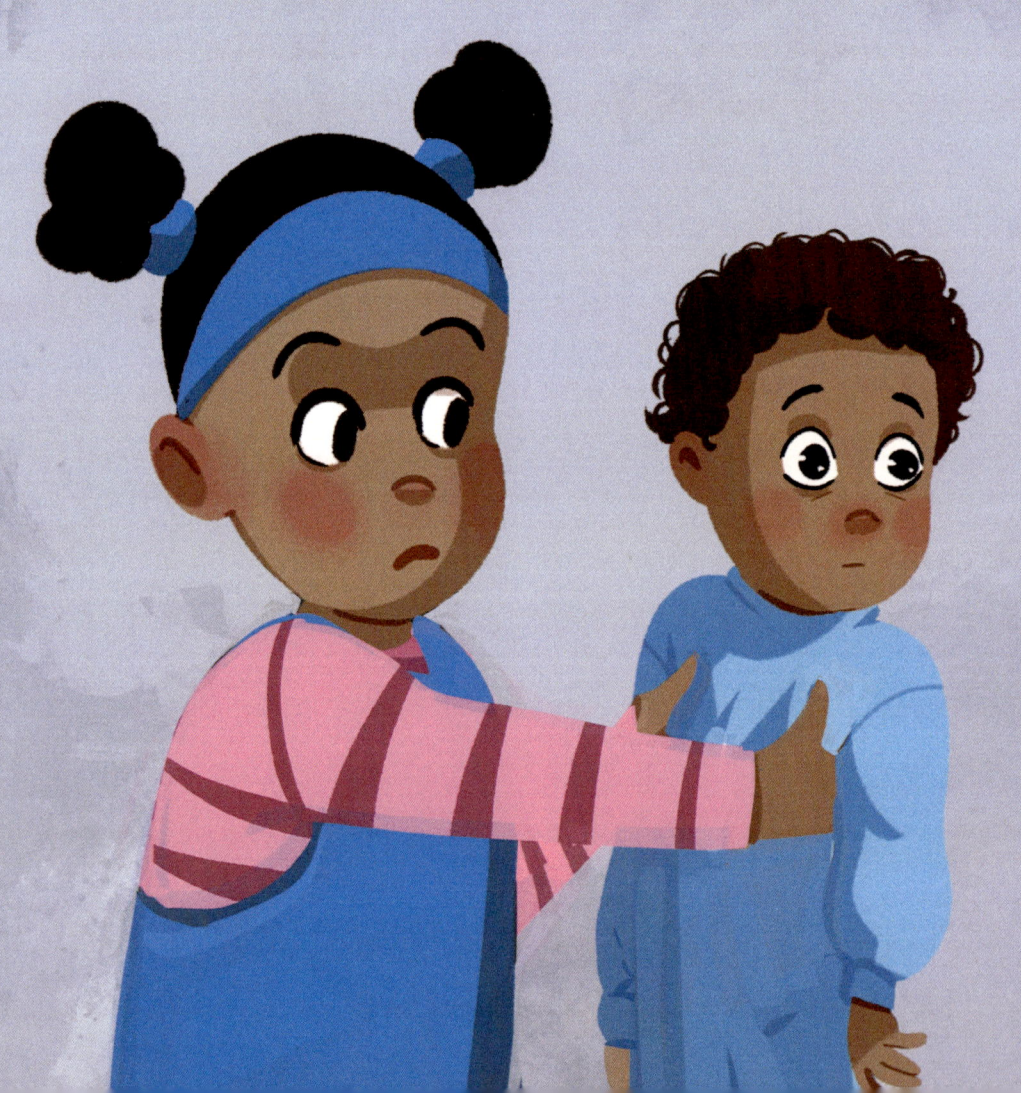

የሰዎች ጫጫታ - ያስጨንቀኝ ነበር፥
ከፍ ባለ ድምጽም – በጣም ነው ምሸበር።
ከዚህ የተነሳ - መጫወት አልወድም፥
ከጓደኛም ይሁን - ከእህት ከወንድም።

ቤተሰቡ ሁሉ – ስለእኔ ተጨንቋል፤
መፍትሄው መታገስ – መሆኑን ግን አውቋል።
አክብሮት ፍቅራቸው – ስላልተለየኝም፤
ሃዘን ብቸኝነት – ፈጽሞ አይሰማኝም።

ብዙ ዓይነት ችግሮች - ወደ እኔ ሲመጡ፥
ሰልችተው ሳያዝኑ – ታክተው ሳይቆጡ፥
አብረን ማለፍ ጀመርን - እንደየ አመጣጡ።
እኔ ነገሮችን - የምገነዘበው፥
ፈጽሞ ቢለይም – ሌላው ከሚያስበው፥
የእናንተ ፍቅር ግን - ሁሌም አብሮኝ አለ፥
ስቆጣ እያጽናና - ሳዝን እያባበለ።

አንዳንድ ዕቃዎችን - ስወዳቸው በጣም፥
ሁሌ እይዛቸዋለሁ – ስገባም ስወጣም።
በጣምም ትኩረቴን - ይስቡና ደሞ፥
ከእነሱ መላቀቅ - አልችልም ፈጽሞ።
ነገሩ እንዲህ ሆኖም - ለእኔ ልዩ ናችሁ፥
ስለማንነቴ - አድናቆት አላችሁ፡፡
አመሰግናለሁ - ስለምትረዱኝ፥
ሁሌም እኔን ከልብ – ስለምትወዱኝ።

የምደሰትበት - ነገርና ሁኔታ ፤
ፈጽሞ ይለያል - ከሌላው ሰው ደስታ።
ብዙ ደክማችኋል - እኔ ደስ እንዲለኝ፤
በእናንተ ድጋፍ ነው - መኖር የቀለለኝ።

በርግጥም ገብቶኛል - አውቄያለሁ ካሁኑ፤
እንዳለሁ ስትወዱኝ - ከልብ መሆኑ።

ልብሴን ቶሎ መልበስ - ይከብደኛል እኔ፥
ጊዜ "ሚያስፈልገው - ልጅ እንደመሆኔ።
እስቲ ጫማ ልሰር' - ስል ባጎነብስም፥
በእናንተ ፍጥነት ልክ - አስሬ አልጨርስም።

እንዳለሁኝ ሆኜ - እንደተፈጠርኩኝ፥
ስለምትወዱኝ - ከልብ ተደሰትኩኝ።
አዎን ስለእናንተ - አመስጋኝ ነኝ እኔ፥
ቆማችሁ ስለማይ – ሁልጊዜ ከጎኔ።

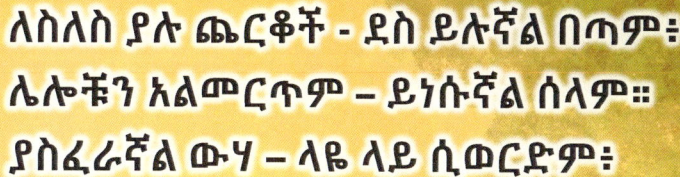

ለስለስ ያሉ ጨርቆች - ደስ ይሉኛል በጣም፥
ሌሎቹን አልመርጥም – ይነሱኛል ሰላም።
ያስፈራኛል ውሃ – ላዬ ላይ ሲወርድም፥
ፊቴንም አረፋ - ሲነካው አልወድም።

እንዳለሁ ስትወዱኝ - እንዳፈጣጠሬ፥
ስታበረታቱኝ - ስትደግፉኝ ዛሬ፥
ትልቅ ሰው እሆናለሁ – የምጠቅም ላገሬ።

ለመረጋጋትም – አለኝ አንድ መላ፤
ወዝወዝ ያልኩ እንደሆን - ወደፊት ወደኋላ።
አንዳንድ ጊዜ ደግሞ – እረጋጋለሁኝ፤
በፍጥነት ስራመድ - ክብ እየሰራሁኝ።

እስካሁንም ድረስ - የሚከብደኝ እኔን፤
ደስታዬን መግለጽ ነው – እንዲሁም ሃዘኔን።

እጆቼን አልችልም - ልቆጣጠራቸው፥
በጣም ነው ፥ በጣም ነው – የማወራጫቸው።

ምን እንደሚሰማኝ - መግለጽ ያቅተኛል፥
የእናንተንም ስሜት – ማወቅ ይከብደኛል።
ምን ልል እንደፈለኩ - ያቅተኛል ማውራት፥
ምን መስራት እንዳሰብኩ - አልችልም ማብራራት።

ምን እንዳስለቀሰኝ - መረዳት ካልቻሉ፤
አውቃለሁ ይከብዳል - እኔን ማባበሉ።
ከራሴ ስሜት ጋር - ግብግብ ውስጥ ካለሁ፤
የእናንተን መረዳት - እንዴት እችላለሁ?

ጊዜ ሰጥታችሁኝ - ጉዳዬ አሳስቧችሁ፥
“ያወቅነውን ሁሉ - ይወቀው” ካላችሁ፥
መማር እችላለሁ - ስሜቶች ሲለዩ፥
ምን እንደሆኑና – ምን እንደሚያሳዩ።

እፈልግ ይሆናል - ትኩረትና እገዛ፤
ከእናንተ የበለጠ - ከሌላው የበዛ።
ትዕግስትና ድጋፍ – ፈጽሞ አትንፈጉኝ፤
ለእኔ ብቻ ሳይሆን - ለሚንከባከቡኝ።

ደህንነት ይሰማኛል - ያንን ስታደርጉ፥
ተጨማሪ ነገር - ከእኔ ሳትፈልጉ፥
እንዳለሁኝ ሆኜ - እንደተፈጠርኩኝ፥
በእውነተኛ ፍቅር – ስለተወደድኩኝ።

ከጆሮዬ ይልቅ - ባይኔ ነው እምረዳ፤
ስዕላዊ ሆኖ - እውቀት ሲሰናዳ።
የእለት ፕሮግራሜን - እወደዋለሁ በጣም፤
ይህን እውቀት ይዛ - መምህሬ ስትመጣም፤
ደስታዬን ለመግለጽ - አይበቃኝም ቃሉ፤
ወዲያው ይገባኛል - የምትለው ሁሉ።
በቅርጽም ፣ በምስልም - ከማስተማር አልፋ፤
የእለቱን ፕሮግራም - ሰሌዳው ላይ ጽፋ፤
ታስታውቀኛለች - መምህሬ በትጋት፤
ጠቃሚ ነው ይሄም - ለእኔ መረጋጋት።
የሚቀየሩም ቀን - የእለት ተግባሮቼ፤
እገነዘባለሁ - ሰሌዳውን አይቼ።

በዚህም አውቃለሁ - በውዷ መምህሬ፥
እንዳለሁኝ ሆኜ - ስለመፈቀሬ።

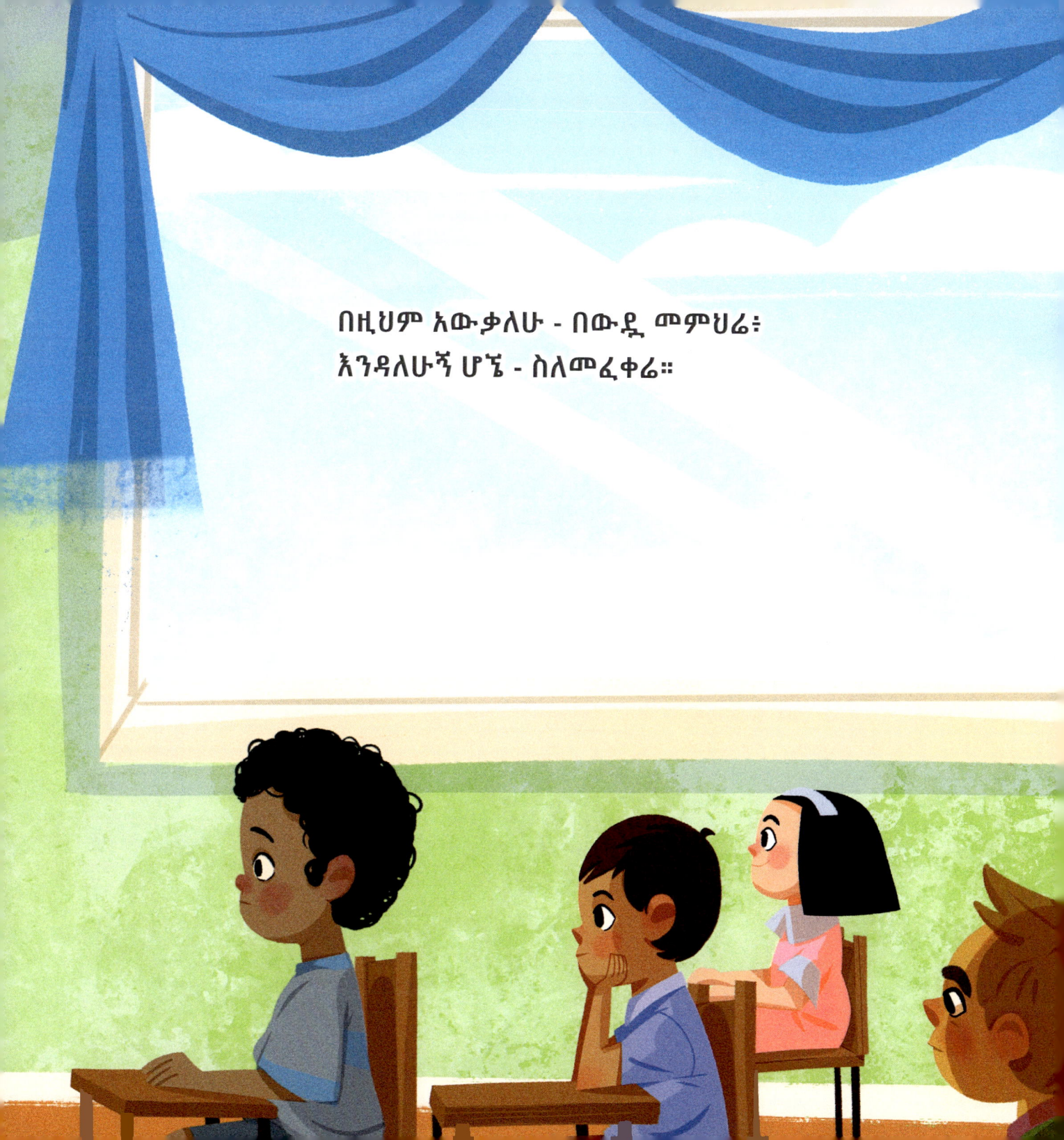

የክፍል ጓደኛዬ - ኤሊያስ ይባላል፣
ሲጫወት ብቻውን! - ከሰው ገለል ይላል።
ምንም አይናገርም – አፉን ስላልፈታ፣
ግን እጅግ ጎበዝ ነው - ፒያኖ ሲመታ።

ትደነቃላችሁ - እውነት ለመናገር፣
በችሎታዬና - በማደርገው ነገር።
ያየኝ ያውቃል ስስል - ጎበዝ ልጅ መሆኔን፣
ሁሌም ስዕል መሳል - ያረጋጋል እኔን።

ሌላ ጓደኛዬ - መልካሟ አሃና፥
ምሳ ሰዓት ደርሶ - ስትቀመጥ ገና፥
መምህርት ቻልሲ – ሁሌም ከጎኗ ናት፥
ማንኪያ ይዞ አበላል - ልታሰለጥናት።

እኔና አሃና - ደግሞም ኤሊያስም፥
እንታወቃለን – “ኦቲስቲክ” በሚል ስም።
ረቂቅ ነገር ነው - ኦቲስቲክ መሆንም፥
በዓይን የሚታይ – ምልክት የለንም።
በሽታም አይደለም – የሚከሰት ድንገት፥
ይለያል ከሌላው – የአእምሯችን እድገት።

ይህ የእኛ ጭንቅላት - ይህ የእኛ አእምሮ፥
በጣም ስለሚለይ – ከእናንተ ተፈጥሮ፥
የማትቆጥሩት ነገር - እናንተ ከምንም፥
እኛን ኦቲስቲኮች - ማስጨነቁ አይቀርም።

ብዙ መልኮች አሉት – ኦቲስቲክ ዓይነቱ፥
አንዳንዱ ይፈልጋል - እገዛን በብርቱ።
ጥቂት ድጋፍ ብቻም – የምንፈልግ አለን፥
ግን እንክብካቤን - ሁልጊዜ እንሻለን።

የአንድ ኦቲስቲክ ልጅ - ይሄ ነው ታሪኩ፥
ሁሌም ተቀበሉን – ባለንበት መልኩ።
መልካሞች ሁኑልን - በምትችሉት መጠን፥
ሁሉም ደግነቱን - ሁሉም ፍቅሩን ይስጠን።
ይህ ለእኔ ምን ማለት – መሆኑን ብታውቁ፥
ትታገሱኝ ነበር - ከጎኔ ሳትርቁ፡

በዚች ምድር ስንኖር - ኦቲስቲኮች እኛ፥
የህብረተሰቡ አካል - የእናንተ ጓደኛ፥
ስለመሆናችን - ሊሰማን ይገባል፥
የኛም እንደናንተው – አምሯችን ያስባል፥
ፍቅርን ያጣጥማል - ጠብን ይታዘባል፥
በእናንተ ድጋፍ - ነፍሳችን ያብባል።

ዓለሜ ነው ለእኔ - ትዕግስት፥ ቅን ልባችሁ፥
ያለመልመኛል - መልካምነታችሁ፥
አመሰግናለሁ – ስለመውደዳችሁ።

ይሄ ሁሉ ሲሆን - ደስተኛ እሆናለሁ፥
ፍቅር ከተገኘ - ምን እፈልጋለሁ፥
እንዳለሁኝ ሆኘ - ከሩቅ አበራለሁ።

አደም እባላለሁ፥

እ - ወ - ዳ - ች - ኋ - ለ - ሁ!!!

ልጆችን ከህጻንነታቸው ጀምሮ ፍቅር መልካምነትና ርህራሄን ማስተማር ለነገ የተሻለ ዓለም ለመፍጠር ቁልፍ ሚና ይጫወታል። ይህም ልጆች የማገናዘብ አቅማቸው እንዲጎለብት፤ ጤናማ ቤተሰባዊ ግንኙነት እና ጓደኝነት እንዲማሩ እንዲሁም ለሌሎች የማሰብን አስፈላጊነት አውቀው እንዲያድጉ ይረዳል።

ማክዳ ሁሴን አርሺ

ልጆችን መልካምነትና ርህራሄን ማስተማር አርቆ አሳቢ እንዲሆኑ፤ ሰው አክባሪ እንዲሆኑ እንዲሁም ለሚኖሩበት ህብረተሰብ ሃላፊነት የሚሰማቸው ዜጎች ሆነው እንዲያድጉ ይረዳል።
በፍቅር የተሞላ መሰረት ልጆች የዳበረ እድገት እንዲኖራቸውና በዙሪያቸው ያለን ሰው የሚረዱና የሚያግዙ ድንቅ ሥብዕና ያላቸው የህብረተቡ አካል እንዲሆኑ ያደርጋል።

www.ingramcontent.com/pod-product-compliance
Lightning Source LLC
Chambersburg PA
CBRC090840120626
46551CB00008B/710

9798987088272